அழகியல்

பதிப்பகம்

Azhagiyal

Edited by Vidya Boopathi

 Special credits to Sangeetha, Dr.Niveditha and Dr.Nitin Chopra.

ISBN (Paperback) - 9789390724635

First Edition : 2021

Book Design by POETRY WORLD

அழகியல்

தலைமை தொகுப்பாளர்

Mrs. Parkavi Sivaprakash

தொகுப்பாளர்

Vidya Boopathi

அழகியல்

அழகு என்பது நாம் பார்க்கும் அனைத்திலும் உள்ளது. இவ்வுலகில் ஒவ்வொருவரின் ரசனைக்கேற்ப அழகு என்பது வரையறுக்கப்படுகிறது. அத்தோடுமட்டுமில்லாது அழகானது நமது அன்றாட வாழ்வின் அடிப்படையில் ஒன்றாகவே அமைந்து நமது கண்ணோட்டத்தை மாற்றி காணும் அனைத்திலும் அதன் சிறப்பைஏற்று கொள்ள வழி செய்கிறது, அதாவது நம் கண்ணோட்டத்திற்கு ஏற்ப நாம் காண்பதிலும் அழகு மேலோங்கி தெரிகிறது. இது நம் சிந்தையை தெளிவிக்கும் பொருட்டு உருவாக்கபட்ட கவிதை திரட்டு ஆகும்.

தலைமை தொகுப்பாளர்

இவள் திருமதி.பார்கவி சிவபிரகாஷ், மஞ்சள் மாநகரமான ஈரோட்டை சேர்ந்தவள். இவள் புனைப்பெயர் "கவியின் கவிதை". கணிதவியல் முதுகலை பட்டம் முடித்தவள். இன்று தன் கனவுகளை முழு மனதோடு ஆர்வமாய் பின் தொடர்கிறாள்.

தனது இன்ஸ்டாகிராம் பக்கத்தில் *(@kaviyinkavithai)* ஏறத்தாழ *2500*க்கும் மேற்பட்ட குறுங்கவிதைகள், நீள்கவிதைகள் பல புனைந்துள்ளார். *Spectrum of thoughts*ல் இணை எழுத்தாளராகவும், தன் முதல் கவிதை திரட்டான *"Enticement of fondness/*காதலின் தாகங்கள்" தொகுத்துள்ளார். இப்பொழுது *Poetry World Organisation*ல் தலைமை தொகுப்பாளராய் பல கவிதை திரட்டினை வழங்கி வருகிறார்.

கவியின் அழகு

பெண்ணின் அழகையே ஆராதிப்பவர்கள் மத்தியில்
அன்பினைக் கொண்டு வாழ விரும்புகிறாய் கவி...!!

தப்பானவற்றினை கூட சரியானதாய் காணும்
அழகினால் சுழலும் உலகத்தில் மாறுபட்டு உள்ளாய்
கவி...!!

மதிப்பிற் கொள்ளாத மனங்களை பெற்ற
கர்வத்தில் வாழ்கிறாய் கவி...!!

தோற்றத்தினை இரண்டாம் பட்சமாய் நிறுத்தி,
உன் அன்பால் பிணைந்து செல்ல முற்படும்
பேதை நீயடி கவி...!!

கண்களால் காண முடியாத உணர்வே பெரிதென
காலத்தை நகர்த்துகிறாய் கவி...!!

கண் முன்னால் தோன்றும் அழகே மையமென
எண்ணி வாழும் மனிதர்க்கு மத்தியில்
வாழ்கிறாய் என்றதே மறக்கிறாய் கவி...!!

கண்களால் கண்டு ரசிக்கும் அழகே
அனைத்தும் என்ற கூற்றை துச்சமாய்
கடந்து செல்ல முற்படுவதேனோ கவி...!!

இத்துணை படிப்பினைகளை கடந்தும்,
இன்னும் நல் உள்ளத்தோடு கூடிய
தூய அன்பே சிறந்தவையென
பகல்கனவில் வாழ்ந்து கொண்டிருக்கிறாய் கவி...!!

கவியின் கவிதை

தொகுப்பாளர்

இவள் திருமதி. வித்யா பூபதி, முதுகலை இயற்பியல் முடித்தவர். இவளுக்கு சிறு வயதிலிந்தே கவிகள் புனைவதில் ஆர்வம் மிகுந்திருந்தது.. ஆதலால் தன் பள்ளி, கல்லூரி நாட்களிலே எழுத தொடங்கியவர். எனினும் தொகுப்பாளராக இதுவே இவளது முதல் புத்தகமாகும். முன்பாக, *PWO* குழுமத்தின் வாயிலாக "இதயத்துகள்" என்னும் கவிதை திரட்டில் இணை எழுத்தாளராக இருந்தவள். மேலும் தன் இன்ஸ்டாகிராம் பக்கத்தின் *(@azhagiee_quotes)* வாயிலாக தன் எண்ணங்களுக்கு எழுத்துக்களின் மூலம் உயிர்ப்பூட்டி வருகிறாள். இதுவரை *180* க்கும் மேற்பட்ட படைப்புக்களை தனது பக்கத்தில் பதிவிட்டு வருகிறாள்.

அவளதிகாரமும் ஒரு அழகே

கருவாகி உருவாகி எனக்காகவே பிறந்தவளே..
காற்றாகி உதிரத்தினுள்ளே கலந்தவளே...
ஊற்றாகி உயிரினுள்ளே நுழைந்தவளே...
நாற்றாகி இதயத்தில் நடவு செய்தவளே..
மழையாகி மனத்திற்குள்ளே பொழிந்தவளே..
மரமாகி எனக்குள்ளே வளர்ந்தவளே..
வரமாகி எனக்கெனவே கிடைத்தவளே...
உறவாகி உள்ளத்திலே கரைந்தவளே...
பூவாகி உணர்வினிலே மணந்தவளே...
இப்படியாய்..
உயிருமாகி..
உடலுமாகி..
உறவுமாகி...
என்னுள் ஆதிக்கம் செலுத்தும்
அவளதிகாரமும் ஒரு அழகே!
"தாய்- சேய்"

வித்யா பூபதி

உள்ளடக்கம்

அகிலத்தின் அன்பு அம்மாவே

"அம்மா", இது வெறும் வார்த்தையல்ல,
ஒரு வித ஆனந்தம் கலந்த உணர்வு!
ஒரு செடி உயர்ந்த மரமாகுமெனில்,
அது அதன் புனித வேரின் செயலாகும்.
அதுபோல எமக்கு வேராக நின்று,
எமை மேலோங்க செய்கிறாள் அவள்.
மற்றவர் அல்லாது யாம் வென்றபோது,
வஞ்சகத்தோடு பார்த்தவர்களிடையே,
எம்மைப் புகழ்ந்த உம்மனதை
புகழ வார்த்தைகள் போதவில்லையடி.
உமை கடுகளவு வெறுக்க காரணம் கிடைக்கவில்லை,
கடலளவு நேசிக்க ஒருபிறவி போதவில்லை.
உமது ஆசைக்கு எல்லைபோட்டு,
எமக்கு பாசத்தை அள்ளிக்கொடுத்து,
வாழ்வில் வென்றவளே,
எனது நன்றிகடனை செலுத்த
மறுபிறவி ஒன்றை வேண்டுகிறேன் அவனிடையே.

ரா. திவ்யா

அழகாய் ஒரு காதல் செய்

முகம்பார்த்து மலரும் காதல்
மத்தியில்
நல்ல மனம் பார்த்து ஒரு காதல் செய்
பணம் பார்த்து பழகிடும் மாந்தர்கள்
மத்தியில்
பண்பு கண்டு பழகிட ஒரு காதல் செய்
சுயநலமான மக்கள்
மத்தியில்
தன்னலமற்ற குணத்தை விதைத்திட
ஒரு காதல் செய்
வேற்றுமை நிறைந்த மக்கள்
மத்தியில்
மாற்றம் காண ஒரு காதல் செய்
இதழில் அடங்கி போகும் காதலுக்கு
மத்தியில்,
இதயத்தின் மொழியாக ஒரு காதல் செய்
சாதியால் உடைக்கப்பட்ட மக்கள்
மத்தியில்
சாதியை உடைத்தெரிய ஒரு காதல் செய்
அந்நியரைப்போல் பிரிந்து வாழும் மக்கள்
மத்தியில்
அன்பை விதைத்திட ஒரு காதல் செய்
மதத்தால் மனம்முறிந்து போன மக்கள்
மத்தியில்
ஒற்றுமையை வளர்த்திட ஒரு காதல் செய்
நம்பிக்கை இழந்து தடுமாறும் கண்மணிகளுக்கு
மத்தியில்
தன்னம்பிக்கை உருவாக்கிட ஒரு காதல் செய்
உலகில் மாற்றம் காண செய
கரையை உரசும் கடலைப் போல
என்றும் பிரியா ஒரு காதல் செய்

S.Priya dharshini

அழகி

இத்தனை நாளாய் எங்கிருந்தாய்?
புரியாத அனுபவம் புதிதாக தந்தாய்..
இதயத்திலே இதமாக கலந்தாய்...
கலையாத கனவாய் கண்ணிலே விழுந்தாய்..
அன்பினை அன்னமாய் ஊட்டினாய்..
கருவறையை உன் கண்ணில் காட்டினாய்..
உயிரிலே உன்னத உறவாய் கலந்தாய்...
இனி மரணத்திலும் உன்னை மறவேனடி..
எந்தன் அழகியே!

Ammu

அழகு

வண்ணத்தில் வெண்மை அழகு
வீரத்தில் வண்மை அழகு
உள்ளத்தில் உண்மை அழகு
அதுவின்றி இயங்கா துலகு
தோல்வியிலே தன்நம்பிக்கை அழகு
வெற்றியிலே அடக்கம் அழகு
முயற்சியிலே பயிற்சி அழகு
இதுபோதும் போற்றும் உலகு
செம்மொழியாம் தமிழ் அழகு
அன்பிலே அன்னை அழகு
அறிவிலே ஆசான் அழகு
முகத்திலே பூசுவதல்ல அழகு
அறத்தோடு பேசுவதுதான் அழகு
அழகின் அர்த்தம் அறிந்திடு
அழகாய் உலகை ஆண்டிடு

தா. பாரதிப் பிரியன்

அழகு

அவள் அழகை வர்ணித்து
காவியம் ஒன்று
படைக்க விரும்பி...
முதல் வர்ணிப்பிலே
குருடனாய் மாற,
உலகம் இருள...
நாவிதழ் கொண்டு
நாளிதழில் வர்ணிக்க
விரும்பி,
நிராகரிப்புகள் நூறு
விழிகளில் நிரம்பி,
பிழை ஏற்று
மரணம் காத்திருக்க,
இறைவன் வழி
வரம் கிடைத்து,
இந்திரன் விழி
கடன் பெற...
அன்று நிராகரித்த
விழிகள் நூறு உண்டு...
இன்று விவரிக்கின்ற
விழிகள்
ஆயிரம் கொண்டு..!!

யாதிகன்

அழகு

தென்னையில் அணில் அழகென்றால்;
தொன்மையில் தமிழ் அழகன்றோ!
தாழை மடல் அழகென்றால்;
ஈச்சவோலையும் அழகன்றோ!
தமிழரின் விருந்து அழகென்றால்,
தமிழரது மருந்தும் அழகன்றோ!
நிலவின் ஒளி அழகென்றால்,
பெண்ணின் மொழியும் அழகன்றோ!
பசுமைக் காடு அழகென்றால்,
தந்தையர் நாடும் அழகன்றோ!
பெண்மையில் தாய்மை அழகென்றால்,
ஆண்மையில் பெண்மை அழகன்றோ.

சபரிதா

அழகிய கா(மம்)தல்

தங்கம் போலவே ஜொலிக்கும் இடையினை
ரசிக்க தோணுதே பெண்ணே

மலரை போலவே மெல்லிய இதழை
ருசிக்க தோணுதே பெண்ணே

பஞ்சு போலவே இருக்கும் நெஞ்சினில்
சாய தோணுதே கண்ணே

பாலின் பக்கத்தில் பூனை இருப்பதா
என்ன நியாயம் இது கண்ணா?

கிறுக்கன்

அவளின் முத்து

என் வாழ்க்கை பிராகாசமாய்
மாறும் என எண்ணின்...
ஆனால் இப்போது அவளின்
நினைவுகளே என்னை சிதைக்கின்றன....!!
என் மனமென்னும் சிப்பிக்குள்!!!
மழைத்துளி போல்
அவளைக் கண்டெடுத்தேன்....
முத்தைப் போல் அவளை
என் நினைவுகளாக மாற்றினேன்...

Geetha

அன்னையின் அன்பு

சேவல் அழைக்கும் முன்னே எழுந்து,
ஆதவன் வருவதற்குள் வாசலில் கோலமிட்டு,
விருப்பத்தை அறிந்து உணவு சமைத்து,
கணவனை வேலைக்கும் பிள்ளைகளை
படிக்கவும் இன்முகத்துடன் வழியனுப்பி,
சமைத்தப் பாத்திரங்களை கழுவி,
அழுக்குத் துணிகளை வெளுத்து,
களைத்தப் பொருள்களை சீர்படுத்தி,
வீட்டினை சுத்தமும் செய்தப் பின்,
அயர்ந்து அமர உனக்கோ நேரமில்லை என்பாய்!
இத்தனை வேலைகளை சளைக்காமல் செய்த
உன்னிடமோ யாரேனும்
"என்ன பன்றீங்க" என்றுக் கேட்டால்,
"சும்மா தாங்க வீட்டுல இருக்கேன்" என்னும்
பதிலே முன்னதாக வரும்!
மர்மம் விலகாப் புதிராய் நீ என் மனதில்!..

க. புவனேஸ்வரி

இங்கு யாருக்கு யாரோ?

மண்ணில் பிறக்கும் போது
இறைவனால் எழுதப்பட்டதே!

எலியும் பூனையுமாக
அடித்துக் கொண்டவர்கள்
இணைவார்களா வாழ்க்கையில்!!

ஆனால், இறைவன் எழுதியதோ
அந்த இருமனங்களும் ஓர்
உயிராக மாறும்
என்று...

எதிர்பாராத திருப்பங்களுடன்
இருமனங்கள் இங்கு
இணைகிறதே!!!

திருமணம் எனும்
பந்தத்தில்...

பொற்கொடி. பு

இயற்கை

எத்தகைய அழகு உன்னில்
பருகிட துடிக்கிறேன் பறவையாய்
அணைத்கிட துடிக்கிறேன் இறைவனாய்
தீண்டிட துடிக்கிறேன் காற்றாய்
ஏனோ இன்பம் தரவில்லை
வெறும் மனிதனாய்!

ரியா

இயற்கையோடு ஒரு காதல்

இருள் சூழ்ந்த மலைகளின் மேல்
பௌர்ணமி எனும் காவல்காரன்...
சில்லென்ற தென்றல் தீண்ட
சூடான தேனீர் கோப்பை...
இருக்கைகள் இணைந்து பிடிக்க
குளிர்காயும் காதல் மோகம்...
விலங்குகளும் பூச்சிகளும் சத்தமிட
இரு மனமும் இமைக்காமல் பேசிக்கொள்ளும்...
யாரும் இல்லை என்பதை மறந்து
கற்பனையிலேயே காதல் செய்தேன்...

J.Jaya Prakash

இயற்கையின் அழகு

கண்டு களித்தேன்...
மலையை மேகமாய்
மழைத்துளியை மண்ணாய்
சூரியனை தாமரையாய்
நதிகளை படித்துறையாய்
கடலை மீனாய்
முத்தை சிப்பியாய்
வீசும்தென்றலை ஜன்னலாய்
சீனியை எறும்பாய்
பூக்களை வண்டாய்
இசையை குருவியாய்
நட்சத்திரங்களை இருளாய்
கண்டேன்! களித்தேன்!
வியந்தேன்!
இயற்கையின் அழகில்!!

ஜெயலட்சுமி

இயற்கையின் அழகியே

மழைச்சாரலில் மண்வாசம் வீசவே,
பெண்ணே...! நீ வருவதை உணர்ந்தேன்.
மலர்கள் வெட்கப்பட்டு ஒதுங்கவே,
உன் வசீகர முகத்தை கண்டேன்.
தூரலோடு தேன்மழை பொழியவே,
உன் நாணத்தை அள்ளிச் சுவைத்தேன்.!
துயில் கொண்ட மனம் முழிக்கவே,
நின் வாடாத வருடலை ரசித்தேன்.
கதிரவன் கண்படாமல் நீ உதிக்கவே,
அவன் இடத்தை உனக்களித்தேன்!
இவையாவும் கற்பனைகள் எனத்தெரிந்தும்,
உன்னை நினைத்து உள்ளம் களிப்புற்றேன்!
காரணம்...! அழகியலின் அழகியாக,
அழகிற்கு இலக்கணமாக நீயிருக்க
சுவாசித்தேன் தினமும் என்னுயிரே.!

MachJoke

இரவும் அவள் அழைப்பும்

இரவுகள் நிலவுக்காக காத்திருக்க....!!
நானோ.! உன் அழைப்பிற்கு காத்திருந்தேன்...!!
உன் குரலின் மோகம்,என்றும்
தணியாத என் தாகம்...!!
இவையாவும் கற்பனைகள் எனத்தெரிந்தும்,
உன்னை நினைத்து உள்ளம் களிப்புற்றேன்!
காரணம்...!
அழகியலின் அழகியாக,
அழகிற்கு இலக்கணமாக நீயிருக்க
சுவாசித்தேன் தினமும் என்னுயிரே.!
போர்வயின் வேர்வையில் நனைந்தும்...,
மழைச்சாரலில் நனைந்தது
போன்ற சுகம்...!!
உன் வார்த்தைகள் எல்லாம்,
நீளும் என் இரவின் சங்கீதம்..!!
விடியும் காலை வரை பெண்ணே!!
நீயே என் சந்தோஷம்..!!

ஸ்வேதா. எ

இல்லறத்தழகு

தூரம் வாழும் மனைவிக்கு
கைபேசியில் தரும் இச்சென்ற
முத்தம் அழகு;
ஏங்கும் அவள் இதயத்திற்கு
இனிக்கும் உறவாய் இருப்பது
நித்தம் அழகு;
இடைவிடாது கனமழையில்
இதமுண்டாக்கும் அவள்மடியினில்
கிடப்பது அழகே;
இவன்வராத சில நொடியினில்
இரைதொடாமல் அவள் மனையினில்
காத்திருப்பதும் அழகே;
காதலில் விழுந்தபின்
அவள் காலில் விழுவதெல்லாம் உன்
ஆண்மையின் அழகு;
பெற்றோரை பிரிந்து வந்தவளை
பேரரசியாக வைத்து பார்ப்பதுதான்
உண்மையில் அழகு.

ப. பிரவீன்

உணர்வின் அழகு

முத்து போல் சிந்திடும் மழை துளிக்கு
பின்னால் இருக்கும்
கருமேகமும் அழகுதான்....
ரசிக்க வைக்கும் நிலவுக்கு
பின்னால் இருக்கும்
இருண்ட வானமும் அழகுதான்....
வைரத்துக்கு பின்னால்
இருக்கும் அதனுடைய மெய்யான
கருப்பு நிறமும் அழகுதான்....
மழலைக்கு பின்னால் இருக்கும்
இருண்ட கருவறையும் அழகுதான்....
மகிழ்ச்சிக்கு பின்னால் இருக்கும்
துன்பங்களும் அழகுதான்....
வெற்றிக்கு பின்னால் இருக்கும்
தோல்வியும் அழகுதான்....

சமீரா பாத்திமா

உள்ளத்தில் நம்பிக்கை...

காக்கி சட்டை அணிந்து,
சாக்கடை யல்ல வந்தோம்...!
பெருகி கிடக்கும் கழிவுகளை,
கையில் ஏந்தி சென்றோம்...!

காசுக்காக செய்யும் தொழிலை,
கேவலமாக கூறினர் சிலர்...!
செல்லும் பாதையில் எங்களை பார்த்து,
மூக்கை பிடித்து சென்றனர் பலர்...!

கழிவின் வாசம் - எங்கள்
உடலில் சுவாசமாகியது...!
குளியலறையில் குளித்தும் - எங்கள்
உடலை விட்டு நீங்கவில்லை (அந்த வாசம்)...!

உழைப்பதற்காக நானும்,
உறுதியுடன் செல்கிறேன்,
உள்ளத்தில் நம்பிக்கை கொண்டு மறுநாளும்!

அப்சல்

உன்னால் முடியும்

கடவுளின் கைவண்ணம் நீ...
இயற்கையின் அங்கம் நீ...
தன்னம்பிக்கையும் முயற்சியும்
பயிற்சியும் கொண்டு
பயம் விரட்டிடு...
உன் உழைப்பெனும் விதை
வெற்றி விருட்சமாகின்றது...
தோல்வி கண்டு துவளாத
உன்னைத் தழுவ வெற்றி காத்திருக்கிறது...
தனித்துவமான உன் திறமைகளை
வெளிக்கொணர்ந்து வெல்...
உன்னால் முடியும்
வெற்றி நிச்சயம்...

ச. த. ரேனுகா

உன் பார்வையில்..

உன் ஒற்றைப் பார்வையில் ....ஒரு கணம்
உறைந்துபோன சிலையாகிப் போனேனடா!!!
நீ சற்று சிலிர்த்ததும் உயிர்பெற்ற
ஒவியமாய் மாறியதே... என் மேனி!!!
என் குறும்புத்தனமும் ஏனோ உன்னைக்
கண்டதும் மறைந்து நாணம் பூத்ததே!!!
என் உளறல் மொழிகளும் உன்னிடம்
பேசும்போது இசையாக மாறியதே!!!
என் கிறுக்கல்களும் உன்னால்... உன்னால்
தானே கவிதையாய் உருப்பெற்றதே!!!
நீ என்னை கடந்து போகையில்....
பூ பூத்த தேசமாய் என் மனது!!!....
உன்னால் தானே நான் என்னை
அறிந்து அழகாய் மாறினேனே
உயிர் பெற்ற சின்ட்ரெல்லாவாய்!!!

சங்கீதா நாகு

எது அழகு?

எது அழகென இன்னமும் தெரியவில்லை
கருப்பான மேகம் காற்றோடு போதலோ!
காதோடு ஒதுக்கும் கருநிற கூந்தலோ!
கிடைத்த போது ருசிக்காத அந்த கால வாழ்க்கையோ!
கீறல் தந்து கடந்து போன கல்லூரி காதலோ!
எது அழகென இன்னமும் தெரியவில்லை..
குறும்பான குழந்தை தத்தி நடப்பது தொடங்கி
கூன் விழுந்த கிழவன் தள்ளாடி நடப்பது வரை,
கெடுதல் நினைக்கா உள்ளங்கள் யாவும்
கேடு தராத வினைகள் சேர,
கை கொடுக்காத தருணங்கள் போக
கொட்டிக் கிடக்கும் இவ்வுலகில் யாவும்
கோடி நகை தரும் அழகியலே!..
கண்ணால் கண்டதும்
இதழ்கள் நகைத்தால்
காணுதல் யாவும் அழகே..

அவள் திரு

எப்பொழுது எது எங்கே? விண்ணும் பெண்ணும்

அதிகாலையில் கடல் அலைகள்
மேல் விழிக்கும் கதிரவனும்
விடியல் நேரத்தில் வீட்டில்
விழிகள் கானும் தாரமும்
சூரிய ஒளியில் மழை மேகம்
இடையே வளையும் வானவிலும்
அழுகையின் பின் இதழ்களில்
தோன்றும் பெண் சிரிப்பும்
நல்லிரவில் விண்ணின்
கண்களில் மின்னும் நட்சத்திரமும்
பிரசவத்தின் பின் கையில் பிள்ளை
ஏந்திய தாயின் பெருமிதமும்
மறுநாள் தோன்ற மாலையில்
மண்ணில் மறையும் உஷ்ணமும்
கண் கலங்கும் நேரத்தில்
தன் கண்ணில் நீர் தேக்கும் தங்கையும்
இரவில் வானில் உலா வரும் முழு மதியும்
நாளும் எங்கெங்கும் உலா வரும்
என் மகளும்
அழகு!

ஹ. பிரதீப் குமார்

என் ஆசையின் துளிகள்

என் கண்ணீர் துளிகள்
கானல் நீராக மாறிட ஆசை
என் அன்னையின் முகம் என்றும்
சிரிப்பில் மலர ஆசை
என் தந்தையின் கை ரேகைகள்
என் முதல் நாள் சம்பளத்தை
வைத்திட ஆசை
என் தங்கை பல புன்னகையுடன்
பல லட்சியதின் பதிவுகள் பதிக்க ஆசை
என் வீட்டு சுவர்களை
என் கை விரல்களால் கோதிட ஆசை
பல உள்ளங்கள் என்னால் மகழ்ந்திட ஆசை

நோபிள் இனிதா. *J*

என் உயிரினும் மேலானவள்

ஆயிரம் தான்
பட்டுப்புடவையை...
வாங்கி வைத்தாயே...
ஆனால்
கட்டுவதற்கு நீ இல்லையே...
நீ
மடித்து வைத்த மடிப்பு மாறாமல்...
அப்படியே இருக்கிறதே...
நான்கு அடுக்குகளின்
நடுவில்
ஏலனம் போட்டு
சிரித்துக்கொண்டு இருக்கிறது...
ஒவ்வொரு முறையும்...
அலமாரி திறக்கையில்...
உன் பட்டாடை வாசத்திற்கு
நான் அடிமை
ஆயிரம் ஆபரணங்கள்
விலை மதிக்க முடியாதது
ஆனால் உன் தொப்புள் கொடி
உறவு என்றும் மாறாது
அம்மா...

சந்தோஷ் குமார்

என் இனிய தனிமையே

தனித்துவம் நிறைந்த உலகில்...
தனித்துதான் பிறந்தோம்
அன்னையின் வயிற்றில்...
இன்றில்லையென்றாலும்,
என்றோரு நாள் தனிமையால் சூழப்படுவோம்!..
தீக்கிரையாகும் வரை - தீண்டும்
இந்த தனிமை எந்நாளும்!...
தேவைப்படும்போது தேவாமிர்தமாம்!..
திகட்டும்போததனை வெறுப்பதேனோ?!..
மனதாலதனைத் தோழனாக்கிக்கொள்!...
அதன் மகத்துவம் புரிந்திடுவாய்!..
உன் தனித்தன்மை உணர்ந்திடுவாய்!..
தனிமையும் ஒரு இனிமைதானே!!...

*M.*நந்தினி

கண்களுக்கு தோன்றிய அழகு..

இயற்கையின் பரிசு தான் அழகு
அதனை பார்த்து ரசிக்க
நீயும் கொஞ்சம் பழகு...

பட்டாம் பூச்சி மேலே பறந்து கொண்டிருந்தது
எதிரே நீ வரும் அழகை பார்த்து
பறப்பதை மறந்து உன்னை ரசித்தது...

வானில் இருக்கும் நட்சத்திரங்களை எடுத்து
உன் நெற்றியில் வைத்தது போல
உன் நெற்றியில் மின்னும் பொட்டு அழகு...

ஆல்வின் சாமுவேல்

காதலெதோ?

உழைத்து வந்து
உண்ணும்போதே,
உணவு செரிக்குமாம்!
களைத்து வந்து
படுக்கும்போதே,
உறக்கம் பிடிக்குமாம்!
கண்டு பழகி
காதல் செய்தால்,
உள்ளம் இனிக்குமாம்!
பொய்! பொய்! பொய்!
இருந்தும் இல்லாத
கானல் நீராய்,
கண்டும் காணாத கனவின் நினைவாய்,
முற்றும் நுகராத
முழுத்தேன் பாவையவளை,
எண்ணும்போதே நாணும்போதே
இங்கோர் மனமும் காதல் களிப்பில்
கிறங்குதே! இனிக்குதே!
இதென்னவோ காதலுலகில்,
மெய்மையோ? பொய்மையோ?

மோனிகா சண்முகம்

காதல் கதாபாத்திரம்

திருவிழா வீதிகளில் அவனின் விருப்பம்
கேட்டு வாங்கும் வளையல்கள்
அவன் என்னிடம் பேசும் போது அவனை
திசைதிருப்பும் என் கம்மல்
அவனோடு செல்லும் ரகசிய பயணம்
அப்போது அணியும் அவனின் கண்ணாடி
அவன் இல்லாத நேரத்தில் அணிந்து
பார்க்கும் அவனின் சட்டை
அவனின் வியர்வையை துடைக்க என்
இடையில் இருக்கும் என் கைக்குட்டை
என் நினைவுக்காக அவன் அரைக்
கண்ணாடியில் ஒட்டிய என் பொட்டு
எங்கள் இடையே வரும் குரும்புசண்டை
மன்னிப்புக்கேட்டு கொஞ்சும் அவன் கண்கள்
இவை யாவும் எங்கள் காதல் கதையின்
திரையில் தெரியாத கதாபாத்திரங்கள்.

அ. சாரில் மரிய ரோஸ்

காதல் கனவு

ஜன்னல் ஓர பயணத்தில்
அந்தி மழை பெய்திட
மைவிழியோ மழை ரசிக்க..
மனமோ காதலனை எண்ண
வரும் கனவில்
காதலன் அவன் நிறைய...
கள்வனவன் மார்பினில்
நான் தலை சாய்க்க..
செவிகளில் இதயத்துடிப்பும்..!
மழை வருடிய தேகத்தில்
அவன் அணைப்பும்..!
காதல் மனதை வருட...
என் முகம் அவன்
கரத்தினில் தவழ்ந்திட..
என் நுதலோடு அவன்
இதழ் ரகசியம் பேசிட..
மனமது ஆறுதல் அடையும்
தருணத்தில்... காதல்
கனவும் கலைந்ததே..!

கனவுகாதலி

கொலைகார கொலுசு

அல்வாவும் அதிரசமும்
மணந்து வரும் சாலையோரம்
அளவாக அடி வைத்து - என்னைக்
கொஞ்ச நேரம் கொல்ல வரும்...
உன் கொலைகாரக் கொலுசு!!!

தமிழ் தேன்

செல்லும் இடம்

கதிரவன்
விழிக்கும் முன் விழித்தெழுந்த
என் கால்கள்
எங்கே செல்லுதோ?
இப்பனி விழும் வேளையில்
செல்லும் இடம் எங்கும்..
பனிச்சொட்டும் புற்களும்..
மலரத்தொடங்கும் பூக்களும்..
சற்று, தேகம் நடுங்கி
தேடி நின்றேன்..
மரத்தடியில்..
குளிரில் கொஞ்சும் சத்தம் கேட்டதே..
பறவையிடம்..
மேகம் ஒதுங்கி.. விடியும் வேளை..
வியந்து நின்றேன்..
இதுதான்
சொர்க்கம் என்று..!

கிருஷ்ணா

செவ்வானம்

என்றுமில்லாத அழகாய்
அன்று வந்த அந்தி பொழுது
கதிரவனும் கடலும்
காதலின் உட்சம் செல்ல
அதை கண்ட வானம்
வெட்கத்தில் முகம் சிவக்க
பணி முடிந்த களைப்பில்
பலர் பயணம் மேற்கொள்ள
களைப்பை நீக்கி என்னை
காதல் கொள்ள செய்த
அந்த காதலின் உட்சத்தை விட
உன் வெட்கம் கொண்டு
சிவந்த முகத்திற்கு கொடுக்கிறேன்
என் ஆயிரம் முத்தங்கள்!!

க. அன்பொளி

தாயின் அழகு

ஒரு பெண்ணின் அழகிற்கு காரணமோ
அவளது வெளித்தோற்றம் இல்லை;
அவளது உள் தோற்றம் என்னும்
மனதுதான் அழகிற்கு காரணம்;
ஏனென்றால், ஒரு பெண்ணின் மனதில்
இருக்கும் அன்பு தான் அவளது அழகிற்கு காரணம்;
சில பெண்ணின் அழகு அவள் காட்டும்
கோபத்தில் ஒளிந்திருக்கிறது;
பெண்ணின் அழகு அவள்
காட்டும் பாசத்தில் இருக்கிறது;
பெண்ணின் அழகு அவள்
சிந்தும் கண்ணீரில் இருக்கிறது;
பெண்ணின் அழகு அவள்
சிரிக்கும் சிரிப்பில் இருக்கிறது;
அழகிற்கு ஒரு உருவம் என்றால்
அது பெண்ணின் உருவம் மட்டுமே;
அவள் செய்யும் ஒவ்வொரு
விஷயத்திலும் அழகு ஒளிந்திருக்கிறது;
அந்த அழகிற்கு சொந்தக்காரி
என்றாள் அது என் தாயின் அழகு.

Chris-de-joe

திகட்டி விடுமோ?

எப்போது உன்னை
நினைக்க தொடங்கி விட்டேனோ;
அப்போதே என்னை
மறக்கத் தொடங்கி விட்டேன்...
நினைக்க நினைக்க
உன் ஞாபகங்கள் இனிக்கிறது;
எங்கே திகட்டி விடுமோ,
என்ற பயத்தில்
வேளா வேளைக்கு
உன் காதல் மருந்தாகி போகிறது;
என் நினைவு நோய்க்கு!
நினைவில் நீயே நிற்கிறாய் நிதானமாய்!

அனுசுயா. சு

தென்றல் நீ..!

முகில் கவிழ்க்கும் தென்றெலென
விரல் நகம்கடிக்கிறாய்...!
காலண்டரின் கடைசி பக்கத்தை பிடித்திழுக்கும்
தென்றெலென
கொடிகாயும் உடைகளை ஆடி கிழிக்கும்
தென்றலென
விரிகுழல் கலைக்கிறாய்...!
இலைநுனியில் தொங்கிய துளியை எக்கி தள்ளும
தென்றெலென
அருவியோரம்நீர் தெளிக்கும்
தென்றெலென
விழிநீர் துடைக்கிறாய்..!
நாவாய்களை தாலாட்டும் புயல் கடந்த
தென்றெலென
அடம் செய்து பின்
ஆடை இழுக்கிறாய்..!
ஊது குழலின் துளை வழியே உயிர் நுழைக்கும்
தென்றெலென
என் பெயர் அழைக்கிறாய்...!
மகளே.. முகம்மோதும் சுவாசமென
எம் அன்றில் வாழ்வின் தென்றல் நீயன்றோ..!

தி.சங்கீதா

நடந்து வந்த தூரங்கள்

நடந்து வந்த பயணங்கள் யாவும்
தூரங்களாய் தெரியவில்லை
உன்னோடு கை கோர்த்து நடக்கையில்...
நடந்து வந்த பயணங்கள் யாவும்
தூரமாய் மட்டுமே தோன்றியது
உன்னோடு கை கோர்க்காத தருணத்தில்..
இங்கே உந்தன் கை என்று
குறிப்பிடுவது எந்தன் நம்பிக்கை...

Pavithra. A. G

நலமான வாழ்வின் நற்தொடக்கம்

மனமே நலமா, மனமே இன்பம் வேண்டுமா
துன்பத்திலிருந்து விடுதலை வேண்டுமா
சுதந்திரமாய் நீ சிந்திக்க வேண்டுமா
உன்னை சிறைப்படுத்திய
நினைவுகளை தகர்க்க வேண்டுமா
சுயநலமாய் யோசிப்பதை
நிறுத்தி பிறர் நலத்தையும் பார்
பிறர் துன்பம் கண்டு வருந்தினால் போதுமா
உன்னால் முயன்றதை செய்
அகம் மலர உன்னை வாழ்த்தும்
புன்னகை முகம் உன்மனதை நலமாக்கும்
பசியால் வாடும் உயிர்களின்
பசியாற்றி பார் மனம் இலேசாகும்
உன்னைத் தாக்கும் பாரங்கள் யாவும்
சிறு கற்களாய் தோன்றும்
உன்னுள் உத்வேகம் பிறக்கும்
முயற்சிகள் பயிற்சிகளாகி வெற்றியாகும்
மனமே நீயும் நலம் பெறுவாய்
மற்றவர்களையும் வளமாக்குவாய்
நலமான வாழ்வின் நற்தொடக்கம் மனதிலிருந்து....

கு. பிரியங்கா

நான் கண்ட ராதை இவளோ?

நிலவினை உருவாய் எடுத்து
மயில் இறகில் கூந்தல் வருடி
கார் மேகக் கூந்தலுக்கு
நெற்றிச்சுட்டி இட்டு, பொட்டு இட்டு
வானவில்லில் சாயம் போகாத
பட்டுப் பூச்சிகளின் பட்டு உடுத்தி
மழையில் நனைந்து
நட்சத்திரங்களின் பார்வையில்
துயில் கொண்டு
தேவ தூதர்கள் அட்சதை இட்டு
வாழ்த்து கூற
தொலை தூரத்தில் ஊஞ்சல்
ஆடுவது யாரோ?
என்று மெய் சிலிர்க்க பார்த்தேன்.
இவளே இவள் தான்...
நான் கண்ட ராதை!...

ரா. பிரவீன் குமார்

பருவ அழகு

பனி துளியும் பனிகாற்றும்
புல்வெளியும் பூஞ்சோலையும்
சத்தமில்லா தளிரும் நிலமும்
அனல் காற்று அருவமாக
நீரோட்டம் உறங்க காண
புஷ்பங்கள் புத்துணர்வு பெற
அந்தியும் விடியற்க்கும்
மின்னல் போல இமை சினுங்கி
மஞ்சள் மேகத்தில் கோழி சத்தமிட
வெள்ளை நிலவில் மயில் நடனமாட
சுட்டெரிக்கும் கோபமும்
மாரியின் புன்னகை சாரலும்
உயிர்கள் உயிரினங்கள் கண்டும்
காணா ரசனையும் திகழும்
வண்ணம் பருவ அழகே.

முஹம்மது உமைர்

புன்னகை

கண்ணால் பதிவேறிய காட்சி ஒன்று,
என்
கவிதை வழி பதிவிறக்கம் செய்கிறேன்,
பல போராட்டங்களுக்குப் பின்
பசியால் வாடிய அவனுக்குக்,
கிடைத்த உணவுப்
பகிர்ந்தளிக்கப்பட்டது அவனால்,
அவனை நாடி வந்த ஜீவன் ஒன்றிற்கு,
அத்தருணம்,
அவன் உதிர்த்தப் புன்னகையில்
கண்டேன் அன்பென்ற அழகு உருவத்தை

Briyangka Nalliah

பெண்மை

பெண்ணே...

அந்த வெண்ணிலவைப் போல்

சுற்றிக்கொண்டிருக்கும் இருவிழி,

அழகா..?

பூ பூக்கும் காலம் போல் நீ

பூப்பெயரும் பொழுது வரும் கண்ணீர்,

அழகா..?

வண்ணங்கள் பல நிறைந்த

சேலையைக் கட்டியச் சிலையே உன் இடை,

அழகா..?

மணமாலை சூடி மஞ்சள் தாலி ஏறி

காத்திருக்கும் மங்கையே உன் புன்னகை,

அழகா..?

பிள்ளையைப் பத்து மாதம் கருவறையில்

சுமந்தப் படியே நீ அடையும் தாய்மை,

அழகா..?

அழகிற்கே அடையாளமாய் திகழும்

பெண்மையே அழகு தானே...

மகா கணபதி.க

பெண்மையின் குரல்

இறைவா!
பெண்மையை படைத்த உனக்கு அதை
பாதுகாக்க தெரியவில்லையா!
கலைமகளே கவனமாய் இரு..
காமத்தின் ருசிக்கண்ட
கயவர்கள் இருப்பதனால்...
நிலமகளே நிறுத்திவிடு
பெண்மையை கெடுக்கும் அவன்
பாரம் சுமப்பதை...
கயவர்களின் வெறிச்செயலுக்கு
காற்றும் துணைபோனதோ!
உட்புகாதே உன்னையும் விடமாட்டான்...
வான்மகளே எழுந்துவிடு..
ஆயுதம் எடுத்து
அவன் அங்கம் பெயர்த்து
உன் ஆதங்கம் தீர்த்துவிடு..
ஊரறிய மணமுடித்து
உடல் வலிக்க பெற்றெடுத்து
ஊக்கமதை ஊட்டி வளர்த்தால்
ஊடலில் உல்லாசம் தேடி
உடலை உறுக்குலைத்துவிட்டான்..
தண்டிப்பின் பெயரில்
அவனுக்கும் பெண்மையை
கொடுத்துவிடு..வலியறியட்டும்!
பெண்மையும் நல்வழியறியட்டும்....

மணிகண்டன்

பெண் அழகு

பெண் என்கிற சொல்லே அழகு

கண்களைக் காக்கும் இமையழகு
கவர்ந்திழுக்கும் காந்த விழியழகு

குடை போன்ற கூர்முனை மூக்கழகு
மூக்கின் மேல் ஒளிரும் மூக்குத்தியும் அழகு

முத்தச் சாரல்கள் சிந்தும் உதடழகு
முழுதும் ஒளிந்துள்ள கள்ளச் சிரிப்பும் அழகு

மென்மையான கூந்தல் அழகு
மொத்தத்தில் அவள் அழகு

நாக நர்வின்

பிச்சைக்காரி

ஒட்டடை அவள் மகுடம்
அவள் ஒட்டு மொத்த அழகும்
பல கற்பனைகளின் ஜனனம்
தூசு பூசிய கூழாங்கல் மேனியோ
கருமேகம் சூழ்ந்த பளிங்கு தேசமோ
சிக்கல் நிறைந்த சிகையில்
சில சிலந்திகளைக் குளிர்காய விடுகிறாள்
சீக்கிரம் முடியும் அவள் சேலையை
அவிழ்த்ததில் தன் சேய்யை முடிக்கிறாள்
இடையோடு இசைப்போடும் சுருக்குப்பையில்
அடுத்த வேளை உயிர் ஊசலாடும்
நடைபோடும் பாதையில் இவள் பாதம்
பல முட்களுக்கு தலைவாரும்..
உடைந்த ஒரு வளையலை
ஒட்ட வைத்துப் பார்க்கும் மழலைக்கு
முத்தம் கொடுத்து ரசிக்கிறாள்
அம்மாவாசையிலும் அவனுக்கு
நிலாச்சோறு தேடுகிறாள்
தனக்கில்லை எனினும்
தன் பிள்ளைக்கு நாடுகிறாள்
சுவரொட்டிகள் இவள் போர்வை எனினும்
தூக்கம் கேட்கும் பார்வை
புசிக்க வாங்கிய யாசகத்தை
வழிப்போக்கனின் பசிக்குக் கொடுக்கிறாள்
வறுமை மிச்சம் வைத்த
ரத்தத்தில் அழுகும் தன் குழந்தைக்கும்
பாசமாய் சுற்றும் ஈக்களுக்கும்
அன்பால் தன்பால் ஊட்டுகிறாள்..!

aryaa

பெற்றோர்

பெற்றோர் நம் இருவிழி போன்றோர்
ஓர் விழியால் பார்க்க முடியும்
ரசிக்க முடியாது
விழியற்று வாழ முடியும்
ஆனால் இருளும் ஒளியும்
ஒன்றாகிவிடும்
விழியாலே இவ்வுலகை காண்கிறோம்
அவ்விழியாலே நன்மை தீமை பிறிதுணர்கிறோம்
அதன்படியே நாம் வாழ்கிறோம்.
பெண்ணே!

சீனிவாசன். ரா

பேனா

கூரிய முனைகளைக் கொண்ட நீ
கீறும் காகிதத்தால் பல சகாப்தம் படைக்கிறாய்...
நீ உருஞ்சும் ஒவ்வொரு துளியும்
சொல்லி விடுகிறது பல கனவுகளை...
நீ தீட்டும் திரவமோ எல்லை தீட்டி
விடுகிறது சில வழக்குகளை...
உன்னை பிடித்தவன் படைப்பாளி ஆகின்றான்..
உன்னில் பிறந்தவன் பிரபஞ்சத்தை ஆழ்கிறான்..
ஆனால், மை வைத்து எழுதும் நீ பொய்வைத்து
பேசும்
இம்மனிதர்களின் மெய்யற்ற
வார்த்தைகளை உன் மெய்யான
மையில் மெய்ப்பிக்கிறாயே
இதுவென்ன காலத்தின் கோலமோ?

காவேரி

முதுமையின் அழகு

சிறு வயதில்
தாய்தந்தை காட்டிய அன்பை மறந்து,
வளர்ந்ததும் செல்வம் மட்டுமே வாழ்க்கையென
பெற்றெடுத்த செல்வங்கள் தனிமையில் தள்ள...
நரை முடி எய்தி தள்ளாடும் வயதிலும்
கணவன் உண்ண பதமாய்
சோறை கூழாய் பொங்கி வைக்கும் கிழவியும்....
பிள்ளைகளுக்கென அனைத்தையும் கொடுத்து,
தனக்கென வாழும் மனைவிக்கு
அன்பை மட்டுமே வாரி வழங்கும்
கிழவனும்...
இருவரின் வாழ்வும் "முதுமையின் அழகு"...

சீ. நந்தினி

வறுபடும் சோறும்.. வாங்கி உண்ணும் நாமும்...

டிப்பென்ற சப்தத்தில்
சிதறும் ஒருபொறியில்
தொடங்கும் இவர்ப்பணி
வானலை அடுப்பிலிட்டு
எண்ணெயை நாடுவார்
முட்டையையும், கோஸையும்
அத்துடன் போடுவார்

அதற்குப்பின் அவர்தூவும்
எதற்குமே நமக்கு பயன்தெறியாது
இறுதியாய் சோறுமட்டும்
அத்துடன் சேர்த்திடுடுவார்
இந்தஉணவு சாப்பிட்டால்
உடல்நலம் கெடும் என்போற்க்கு
விசிரியடித்து வருத்தெடுத்து
நம்தட்டில் அள்ளிவைத்து
பதில் கூறுவார்,

"இப்பொழுது வேறெந்த உணவில்
நோயில்லை கூறுங்கள்?" என்று.

Dharani kumar.J

வெண்ணிலவின் அழகு

இருள் சூழும் வானம்,
குளிர்த காற்றுடன் தொடங்க,
என் இரவு பயணத்தில்,
உறக்கம் என்னும் போர்வைக்குள்
மெல்ல மெல்ல நான் சென்று கொண்டிருக்க,
என்னை உறங்க விடாமல்,
வெண்ணிலவின் பொலிவும், அழகும்
ஒருங்கே இணைந்து என்னை தடுக்கிறது!
வானில் வலம் வரும் வெண்ணிலவே!
நீ அழகில் உயர்த்தவள் என காட்டத் தான்,
இறைவனும் உன்னை வானில் வைத்தானோ?
இருப்பினும் இறைவனிடம் எனக்கு ஓர் வேண்டுகோள்,
வெண்ணிலவை தேய்ய விடாமல்!
அவளின் அழகையும்,பொலிவையும்,
தினம் தினம் காண வழி செய்ய வேண்டும்! மேலும்
நீண்ட என் இரவு பயணம் வெண்ணிலவின்
மடியில் இனிதாய் முடிய வேண்டும்!

சந்தியா. லோ

வெற்றி மகன்

ஆகாயம் எப்பொழுதும்
பெருசுதான்னு தெரிஞ்சிக்கோ...
சாதனையும் செய்யும்போது
சிறுசுதான்னு புரிஞ்சிக்கோ...
வானத்துல கறையிருந்தா
மழை பொழியும் பாருடா...
மனசுல உரமிருந்தா
வெற்றி வழியும் தெரியும்டா..
ஊரென்ன சொல்லும்
ஊரே சொல்லும் கேளுடா..
அத்தனையும் காதில் வாங்கி
துடைச்சு போடு கீழடா...
கண்ணுல தண்ணீர் வந்தா
கவிதை நீ மாறுடா..

மணிகண்டன்

www.ingramcontent.com/pod-product-compliance
Lightning Source LLC
LaVergne TN
LVHW100406181026
850499LV00037B/625
9789390724635